CON VÀ CHA, GẤU CON

Tác giả: Martin Waddell
Minh họa: Barbara Firth

This edition published in 1996 by
Magi Publications
22 Manchester Street, London W1M 5PG

Text © Martin Waddell, 1996
Illustrations © Barbara Firth, 1996
Copyright © Vietnamese translation, Magi Publications, 1996

First published in Great Britain in 1996 by
Walker Books Ltd, London

Printed and bound in Italy

ISBN 1 85430 523 9

YOU AND ME, LITTLE BEAR

by Martin Waddell

illustrated by Barbara Firth

Translated by My Tang

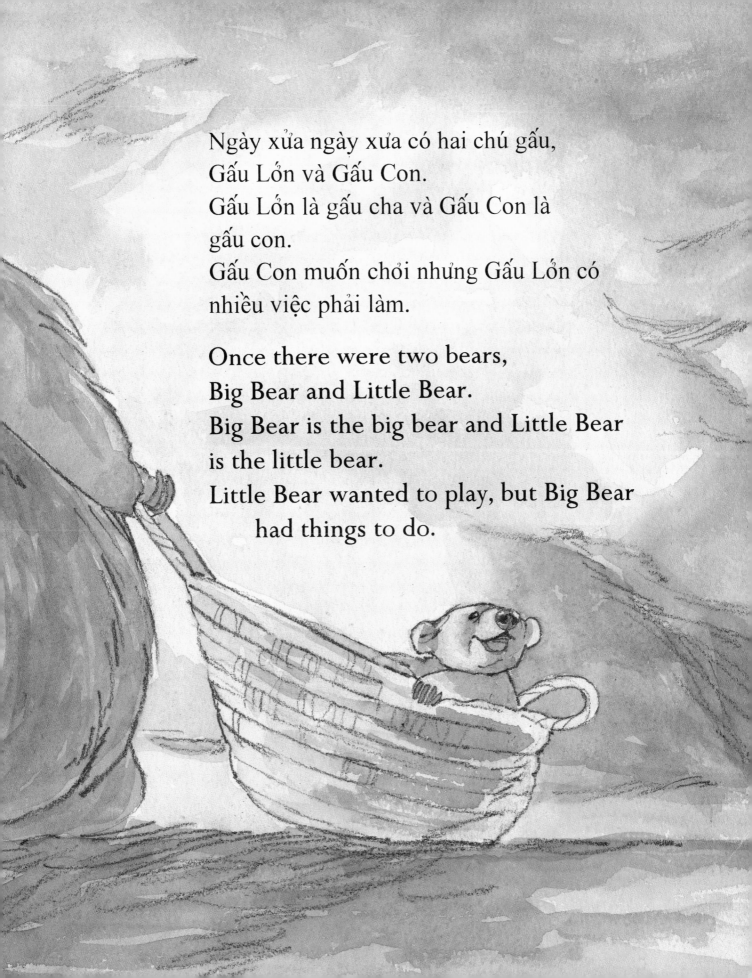

Ngày xửa ngày xưa có hai chú gấu,
Gấu Lớn và Gấu Con.
Gấu Lớn là gấu cha và Gấu Con là
gấu con.
Gấu Con muốn chởi nhưng Gấu Lớn có
nhiều việc phải làm.

Once there were two bears,
Big Bear and Little Bear.
Big Bear is the big bear and Little Bear
is the little bear.
Little Bear wanted to play, but Big Bear
     had things to do.

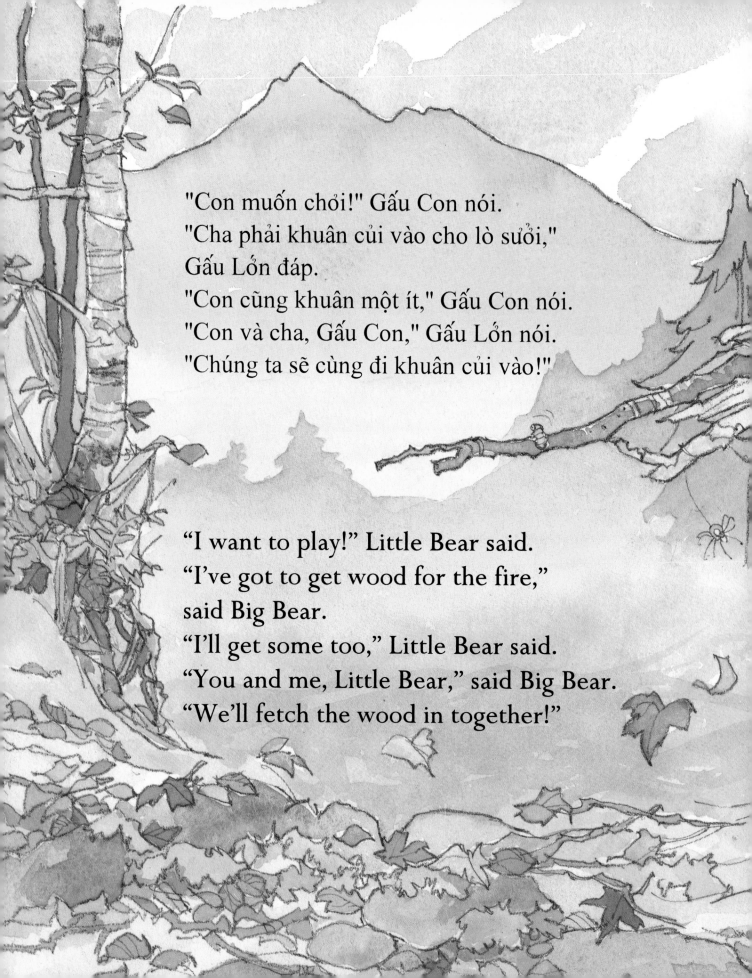

"Con muốn chởi!" Gấu Con nói.
"Cha phải khuân củi vào cho lò sưởi,"
Gấu Lổn đáp.
"Con cũng khuân một ít," Gấu Con nói.
"Con và cha, Gấu Con," Gấu Lổn nói.
"Chúng ta sẽ cùng đi khuân củi vào!"

"I want to play!" Little Bear said.
"I've got to get wood for the fire,"
said Big Bear.
"I'll get some too," Little Bear said.
"You and me, Little Bear," said Big Bear.
"We'll fetch the wood in together!"

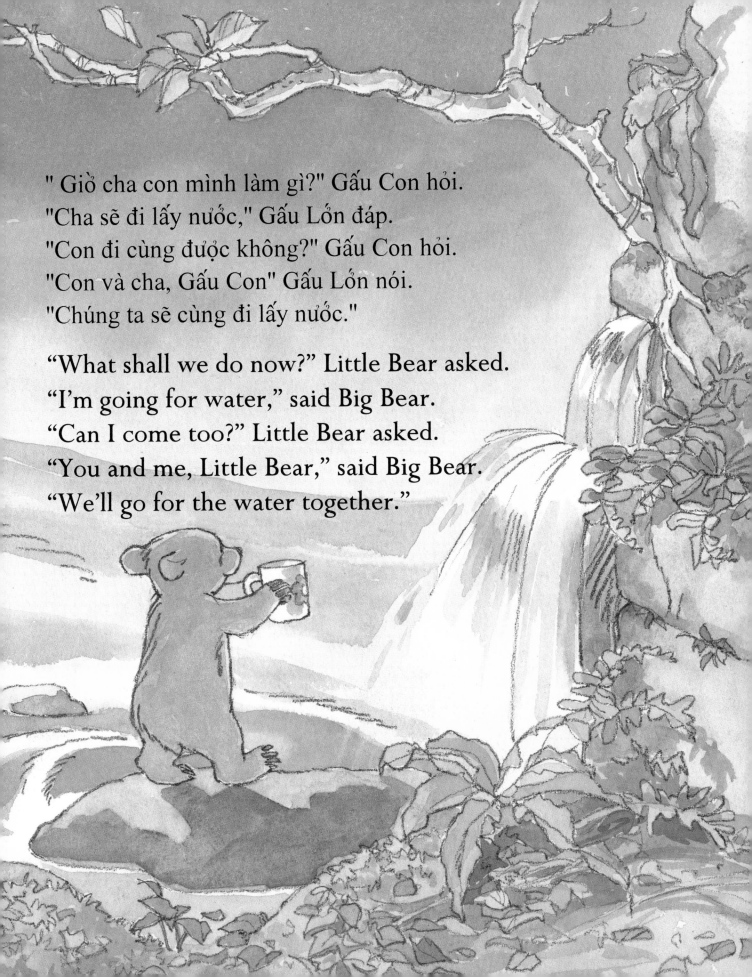

" Giờ cha con mình làm gì?" Gấu Con hỏi.
"Cha sẽ đi lấy nước," Gấu Lớn đáp.
"Con đi cùng được không?" Gấu Con hỏi.
"Con và cha, Gấu Con" Gấu Lớn nói.
"Chúng ta sẽ cùng đi lấy nước."

"What shall we do now?" Little Bear asked.
"I'm going for water," said Big Bear.
"Can I come too?" Little Bear asked.
"You and me, Little Bear," said Big Bear.
"We'll go for the water together."

"Giờ cha con mình có thể chởi," Gấu Con nói.
"Cha còn phải dọn hang của chúng ta," Gấu Lớn nói.
"Ừm ... con sẽ dọn cùng!" Gấu Con nói.
"Con và cha," Gấu Lớn nói. "Con dọn đồ của con,
Gấu Con. Cha sẽ lo phần còn lại."

"Now we can play," Little Bear said.
"I've still got to tidy our cave," said Big Bear.
"Well . . . I'll tidy too!" Little Bear said.
"You and me," said Big Bear. "You tidy your
things, Little Bear. I'll look after the rest."

"Con đã dọn xong đồ con rồi, cha ạ!" Gấu Con nói.
"Tốt lắm, Gấu Con," Gấu Lớn nói. "Nhưng cha vẫn chưa xong."
"Con muốn cha chởi!" Gấu Con nói.
"Con sẽ phải chởi một mình, Gấu Con," Gấu Lớn nói. "Cha vẫn còn nhiều việc phải làm!" Gấu Con đi chởi một mình trong khi Gấu Lớn tiếp tục làm việc.

"I've tidied my things, Big Bear!" Little Bear said.
"That's good, Little Bear," said Big Bear. "But I'm not finished yet."
"I want you to play!" Little Bear said.
"You'll have to play by yourself, Little Bear," said Big Bear.
"I've still got plenty to do!"
Little Bear went to play by himself, while Big Bear got on with the work.

Gấu Con chơi trò
gấu-nhảy.

Little Bear played
bear-jump.

Gấu Con chơi trò
gấu-tụt.

Little Bear played
bear-slide.

Gấu Con chởi trò
gấu-đu.

Little Bear played
bear-swing.

Gấu Con chởi trò
gấu-nghịch-vởi-các gậy gấu.

Little Bear played
bear-tricks-with-bear-sticks.

Gấu Con chởi trò
gấu-chồng chuối
và Gấu Lởn ra ngồi
trên tảng đá của chú.
Gấu Con chởi trò gấu-chạy-lung tung-một mình
và Gấu Lởn nhắm mắt suy nghĩ.

Little Bear played bear-stand-on-his-head and
Big Bear came out to sit on his rock.
Little Bear played
bear-run-about-by-
himself and Big
Bear closed his
eyes for a think.

Gấu Con đến nói với Gấu Lớn,
nhưng Gấu Lớn đang ...

ngủ!

Little Bear went to speak
to Big Bear, but
Big Bear was . . .

asleep!

"Dậy đi, cha ởi!" Gấu Con gọi.
Gấu Lớn mở mắt ra.
"Con đã một mình chởi hết trò chởi rồi,"
Gấu Con nói.

"Wake up, Big Bear!" Little Bear said.
Big Bear opened his eyes.
"I've played all my games by myself,"
Little Bear said.

Gấu Lớn suy nghĩ một chút, rồi chú nói,
"Chúng ta chởi trốn-tìm đi, Gấu Con."
"Con sẽ đi trốn và cha đi tìm," Gấu Con nói,
và chú chạy đi trốn.

Big Bear thought for a bit, then he said,
"Let's play hide-and-seek, Little Bear."
"I'll hide and you seek,"
Little Bear said, and he
ran off to hide.

"Cha đến này!" Gấu Lớn kêu
và chú tìm cho tới khi tìm thấy
Gấu Con.

"I'm coming now!" Big Bear
called and he looked till he
found Little Bear.

Rồi Gấu Lớn trốn, và Gấu Con đi tìm.
"Con tìm thấy cha rồi, cha ạ!" Gấu Con kêu.
"Giờ lại đến con đi trốn."

Then Big Bear hid, and Little Bear looked.
"I found you, Big Bear!" Little Bear said.
"Now I'll hide again."

Rồi chúng chởi nhiều trò chởi của gấu.
Khi mặt trời lẩn sau khỏi rặng cây,
chúng vẫn còn chởi.
Sau đó Gấu Con nói,
"Bây giờ chúng ta đi về đi, cha ởi."

They played lots of bear-games.
When the sun slipped away through
the trees, they were still playing.
Then Little Bear said,
"Let's go home now, Big Bear."

Gấu Lớn và Gấu Con đi
về Hang của chúng.
"Hôm nay chúng ta bận ghê, Gấu Con!"
Gấu Lớn nói.
"Hôm nay thích thật, cha ạ," Gấu Con nói.
"Chỉ có cha và con chởi...

Big Bear and Little Bear went
home to their cave.
"We've been busy today, Little Bear!"
said Big Bear.
"It was lovely, Big Bear," Little Bear said.
"Just you and me playing . . .

với nhau."

together."